Impressum
Verlag: BABADADA GmbH, Nedderfeld 112 , 22529 Hamburg
Geschäftsführer / Verlagsleitung: Harald Hof
Druck: Books on Demand GmbH, In de Tarpen 42, 22848 Norderstedt

Imprint
Publisher: BABADADA GmbH, Nedderfeld 112 , 22529 Hamburg, Germany
Managing Director / Publishing direction: Harald Hof
Print: Books on Demand GmbH, In de Tarpen 42, 22848 Norderstedt, Germany

escola

trường học

sala de aulas
phòng học

dividir
chia

186/2

quadro
bảng viết

pátio da escola
sân trường

professor
giáo viên

papel
giấy

escrever
viết

caneta
cây bút

secretária
bàn làm việc

régua
cây thước

livro
sách

aluno
học sinh

mochila

cặp đeo vai học sinh

estojo de lápis

hộp đựng bút

lápis

bút chì

afia-lápis

cái gọt bút chì

borracha

cục tẩy

bloco de desenho

tập giấy vẽ

desenho

bản vẽ

pincel

cọ vẽ

caixa de tintas

hộp mực vẽ

tesoura

cây kéo

cola

keo dán

livro de exercícios

sách bài tập

trabalhos de casa

bài tập ở nhà

número

số

somar

cộng

subtrair

trừ

multiplicar

nhân

calcular

tính toán

letra

chữ cái

alfabeto

bảng chữ cái

palavra

từ

texto

văn bản

ler

đọc

giz

phấn viết

hora

bài học

registo de presenças

sổ lớp

exame

thi kiểm tra

certificado

chứng chỉ

uniforme escolar

đồng phục học sinh

educação

giáo dục

enciclopédia

từ điển bách khoa

universidade

đại học

microscópio

kính hiển vi

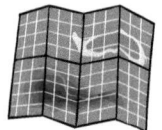

mapa

bản đồ

cesto de lixo

thùng rác giấy

viagem
du lịch

Grand
hotel
khách sạn
hostel
nhà trọ
ROOMS
CHANGE
casa de câmbio
quầy đổi tiền
mala
va li
carro
xe ô tô

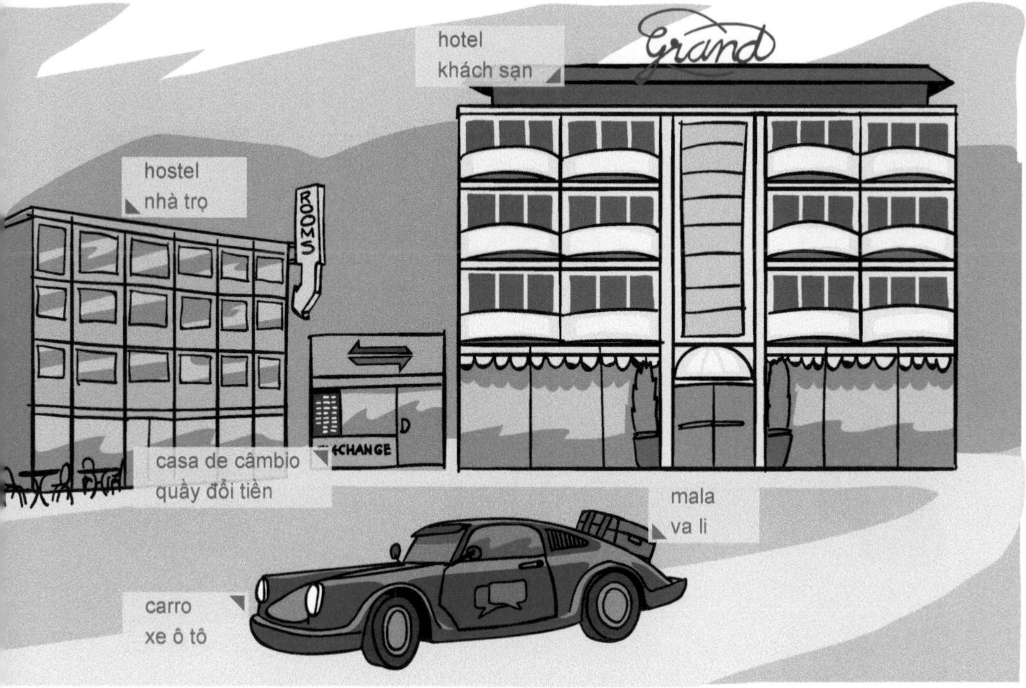

idioma
ngôn ngữ

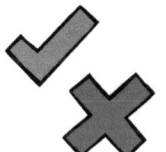

sim / não
có / không

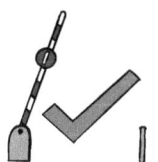

ok / certo / correto
ô kê

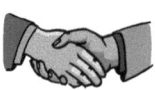

olá
Xin chào

intérprete
thông dịch viên

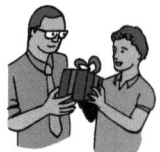

obrigado
cám ơn

quanto é que custa... ?

... bao nhiêu tiều?

não entendo

tôi không hiểu

problema

vấn đề

boa noite!

Xin chào! (buổi tối)

Bom dia!

xin chào! (buổi sáng)

Boa noite!

chúc ngủ ngon!

adeus

tạm biệt

direção

hướng đi

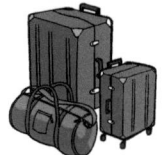

bagagem

hành lý

saco

túi xách

mochila

túi ba lô

convidado

khách

quarto

phòng

saco-cama

túi ngủ

tenda

lều

informação turística

thông tin du lịch

praia

bãi biển

cartão de crédito

thẻ tín dụng

pequeno-almoço

ăn sáng

almoço

ăn trưa

jantar

ăn tối

bilhete

vé xe

elevador

thang máy

selo postal

tem bưu điện

fronteira

biên giới

alfândega

hải quan

embaixada

đại sứ quán

visto

thị thực

passaporte

hộ chiếu

transporte
vận chuyển

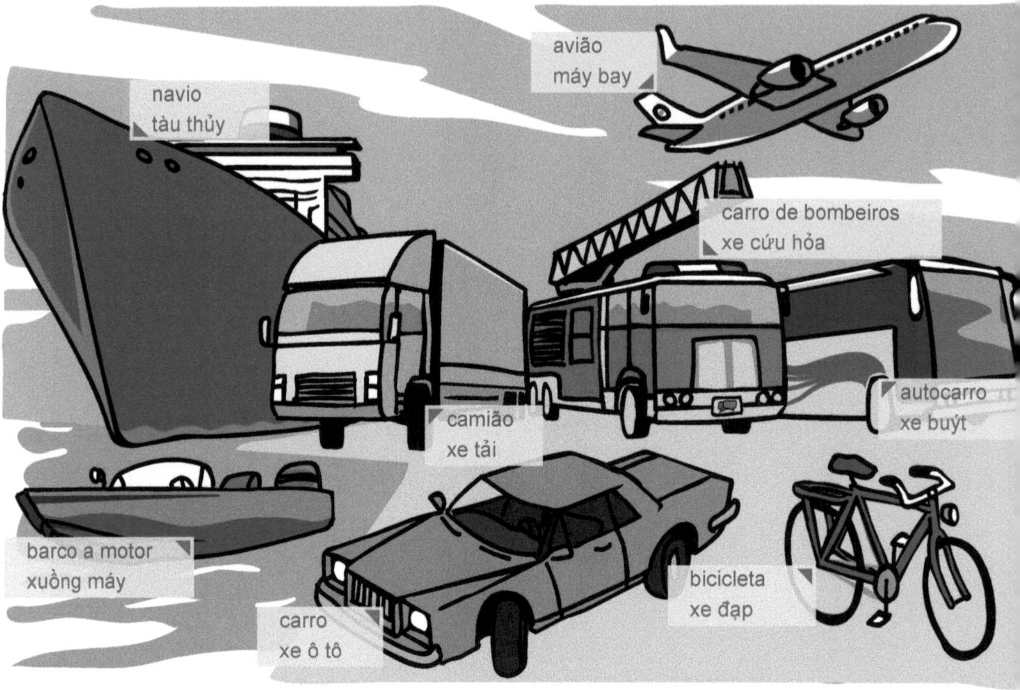

avião
máy bay
navio
tàu thủy
carro de bombeiros
xe cứu hỏa
autocarro
xe buýt
camião
xe tải
barco a motor
xuồng máy
bicicleta
xe đạp
carro
xe ô tô

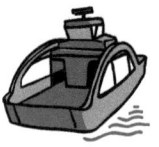

cacilheiro

phà

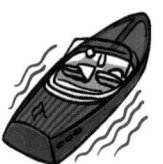

barco

xuồng

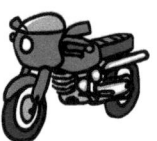

mota

xe máy

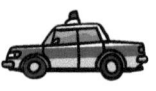

carro de polícia

xe cảnh sát

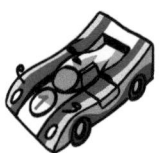

carro de corrida

xe đua

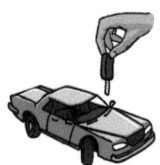

carro alugado

xe cho thuê

carsharing

dịch vụ thuê xe tự lái

camião de reboque

xe kéo cứu hộ

camião do lixo

xe rác

motor

động cơ

combustível

xăng

estação de serviço

trạm xăng

sinal de trânsito

biển báo giao thông

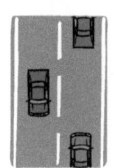

trânsito

giao thông

congestionamento de trânsito

ách tắc giao thông

parque de estacionamento

bãi đậu xe

estação ferroviária

nhà ga

carris

đường ray

comboio

xe lửa

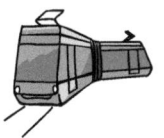

elétrico

tàu điện

carruagem

toa xe

helicóptero

máy bay trực thăng

aeroporto

sân bay

torre

tháp

passageiro

hành khách

contentor

côngtenơ

caixa de papelão

thùng các-tông

carrinho

xe đẩy

cesto

cái giỏ

levantar voo / aterrar

cất cánh / hạ cánh

cidade

thành phố

aldeia

làng

centro da cidade

trung tâm thành phố

casa

nhà

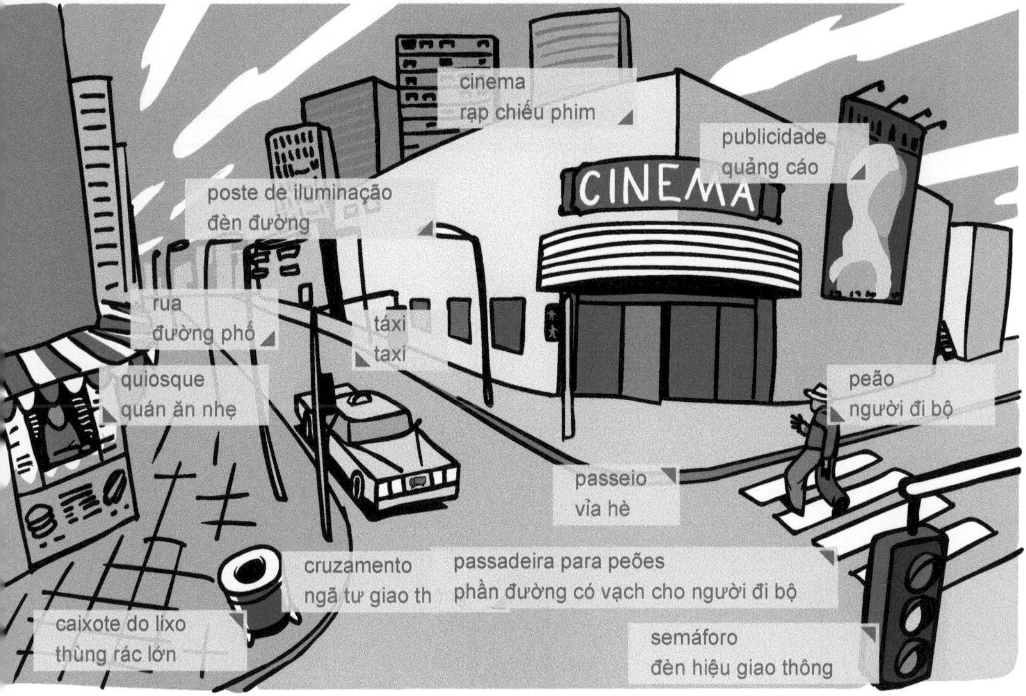
cinema
rạp chiếu phim
publicidade
quảng cáo
CINEMA
poste de iluminação
đèn đường
rua
đường phố
táxi
taxi
quiosque
quán ăn nhẹ
peão
người đi bộ
passeio
vỉa hè
cruzamento
ngã tư giao th
passadeira para peões
phần đường có vạch cho người đi bộ
caixote do lixo
thùng rác lớn
semáforo
đèn hiệu giao thông

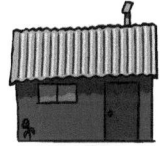

cabana

nhà chòi

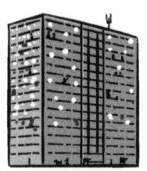

apartamento

căn hộ

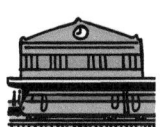

estação ferroviária

nhà ga

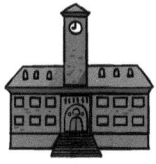

câmara municipal

tòa thị chính

MUSEUM

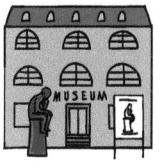

museu

viện bảo tàng

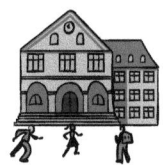

escola

trường học

universidade

đại học

banco

ngân hàng

hospital

bệnh viện

hotel

khách sạn

farmácia

hiệu thuốc

escritório

văn phòng

livraria

hiệu sách

loja

cửa hiệu

florista

cửa hiệu bán hoa

supermercado

siêu thị

mercado

chợ

loja de departamentos

cửa hàng bách hóa

peixaria

người bán cá

centro comercial

trung tâm mua bán

porto

bến cảng

parque

công viên

banco

ghế băng

ponte

cầu

escadas

cầu thang

metro

tàu điện ngầm

túnel

đường hầm

paragem de autocarro

trạm xe buýt

bar

quán bar

restaurante

khách sạn

caixa de correio

hòm thư công cộng

sinal de trânsito

bảng hiệu đường

parquímetro

đồng hồ đậu xe

jardim zoológico

vườn bách thú

piscina

bể bơi

mesquita

nhà thờ Hồi giáo

quinta

nông trại

poluição

ô nhiễm môi trường

cemitério

nghĩa trang

igreja

nhà thờ

parque infantil

sân chơi

templo

ngôi đền

paisagem
phong cảnh

folha
lá cây

placa de sinalização
bảng chỉ đường

caminho
lối đi

prado
bãi cỏ

pedra
hòn đá

árvore
cây

caminhantes
người đi bộ đường dài

rio
sông

relva
cỏ

flor
bông hoa

vale

thung lũng

montanha

đồi

lago

hồ nước

floresta

rừng

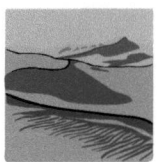

deserto

sa mạc

vulcão

núi lửa

castelo

lâu đài

arco-íris

cầu vồng

cogumelo

nấm

palma

cây cọ

mosquito

con muỗi

mosca

con ruồi

formiga

con kiến

abelha

con ong

aranha

con nhện

besouro

bọ cánh cứng

sapo

con ếch

esquilo

con sóc

ouriço

con nhím

lebre

con thỏ

coruja

con cú

pássaro

con chim

cisne

thiên nga

javali

heo rừng

veado

con hươu

alce

nai sừng tấm

barragem

đê

turbina eólica

tuabin gió

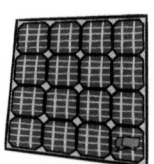

painel solar

tấm năng lượng mặt trời

clima

khí hậu

restaurante
khách sạn

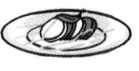

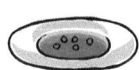

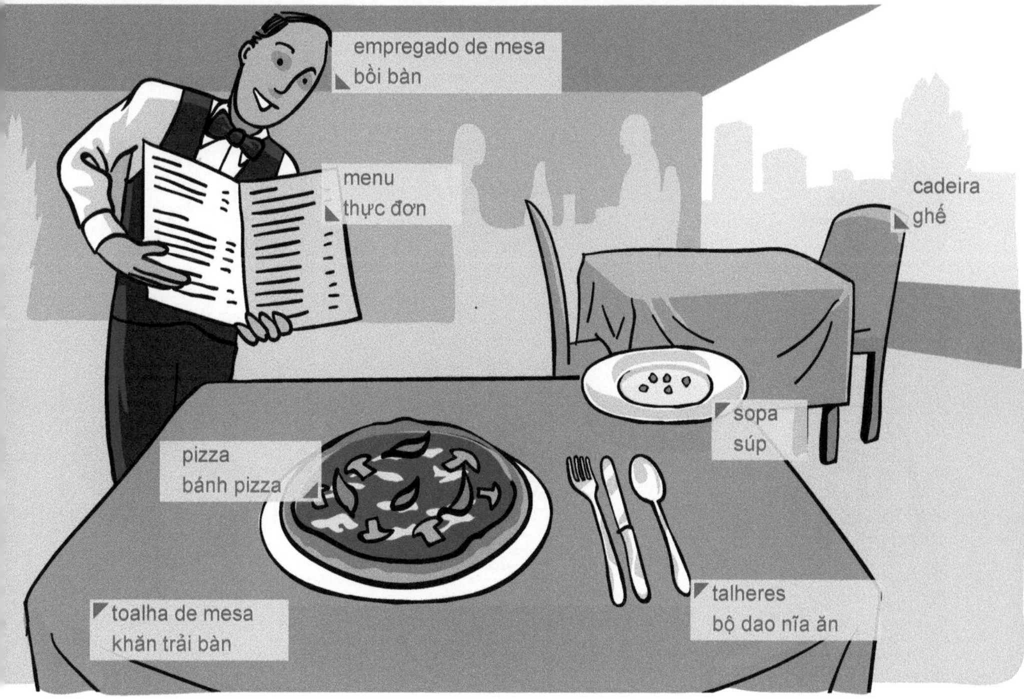

empregado de mesa
bồi bàn
menu
thực đơn
cadeira
ghế
sopa
súp
pizza
bánh pizza
talheres
bộ dao nĩa ăn
toalha de mesa
khăn trải bàn

entrada

món ăn khai vị

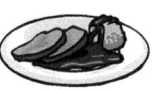

prato principal

món ăn chính

sobremesa

món tráng miệng

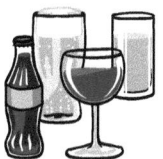

bebidas

thức uống

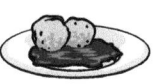

comida

thức ăn

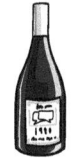

garrafa

cái chai

fast food
....
thức ăn nhanh

comida de rua
....
thức ăn đường phố

bule de chá
....
ấm trà

açucareiro
....
hộp đường

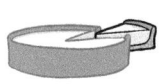

porção
....
khẩu phần

máquina de café expresso
....
máy pha espresso

cadeira alta
....
ghế cao

conta
....
hóa đơn

bandeja
....
khay

faca
....
dao

garfo
....
nĩa

colher
....
thìa

colher de chá
....
thìa uống trà

guardanapo
....
khăn ăn

copo
....
cốc thủy tinh

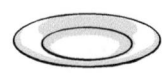

prato
....
đĩa

prato de sopa
....
đĩa súp

pires
....
đĩa lót cốc

molho
....
nước sốt

saleiro
....
lọ muối

moinho de pimenta
....
cái xay tiêu

vinagre
....
giấm

óleo
....
dầu

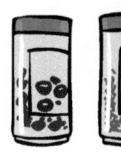

especiarias
....
gia vị

ketchup
....
nước xốt cà chua

mostarda
....
tương hạt cải

maionese
....
nước sốt mayonnaise

supermercado

siêu thị

oferta especial
chào giá đặc biệt
cliente
khách hàng
laticínios
sản phẩm từ sữa
carrinho de compras
xe đẩy mua sắm
fruta
trái cây
FOR

BUTCHERS

talho
lò mổ

BAKERY

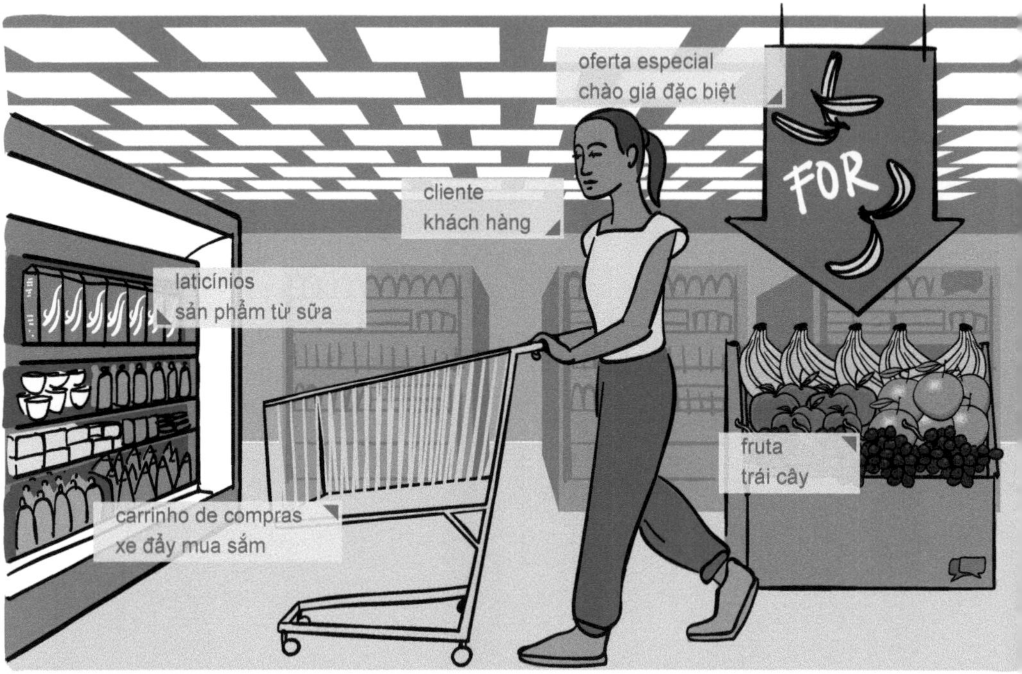

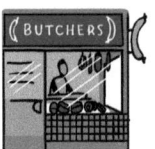

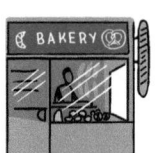

padaria
cửa hiệu bán bánh mì

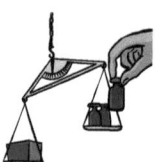

pesar
cân nặng

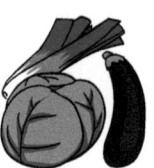

vegetais
rau quả

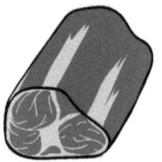

carne
thịt

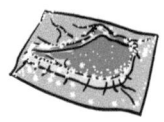

alimentos congelados
thức ăn đông lạnh

charcutaria

lát thịt nguội

comida enlatada

đồ hộp

detergente em pó

bột giặt

doces

đồ ngọt

artigos domésticos

sản phẩm dùng trong gia đình

produtos de limpeza

chất tẩy rửa

vendedora

người bán hàng

caixa

quầy trả tiền

caixa

nhân viên thu ngân

lista de compras

danh sách mua sắm

horário de funcionamento

giờ mở cửa

carteira

ví tiền

cartão de crédito

thẻ tín dụng

saco

túi đeo

saco de plástico

túi ny lông

água

nước

sumo

nước quả ép

leite

sữa

coca-cola

coca-cola

vinho

rượu vang

cerveja

bia

álcool

cồn

cacau

cacao

chá

trà

café

cà phê

café expresso

espresso

capuccino

cappuccino

banana

chuối

maçã

quả táo

laranja

quả cam

melão

dưa hấu

limão

chanh

cenoura

cà rốt

alho

tỏi

bambu

tre

cebola

củ hành

cogumelo

nấm

nozes

hạt dẻ

talharim

mì

esparguete

mì spaghetti

arroz

cơm

batatas fritas

khoai tây chiên

batatas fritas

khoai tây chiên

pizza

bánh pizza

hambúrguer

bánh hamburger

sanduíche

bánh mì sandwich

bife panado

thịt côtlet

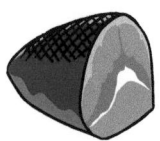

fiambre

thịt giăm bông

salame

xúc xích

salsicha

dồi

galinha

gà

assado

rán

peixe

cá

flocos de aveia

cháo yến mạch

muesli

cháo muesli

flocos de milho

bánh bột ngô nướng

farinha

bột mì

croissant

bánh sừng bò

carcaça (pãozinho)

bánh mì

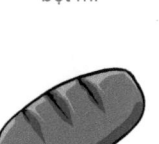

pão

bánh mì

torrada

bánh mì nướng

biscoitos

bánh bích quy

manteiga

bơ

requeijão

sữa đông

bolo

bánh ngọt

ovo

trứng

ovo estrelado

trứng rán

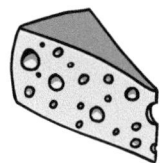

queijo

pho mát

gelado

kem

açúcar

đường

mel

mật ong

compota

mứt

creme de nougat

kem nougat

caril

cà ri

quinta
nông trại

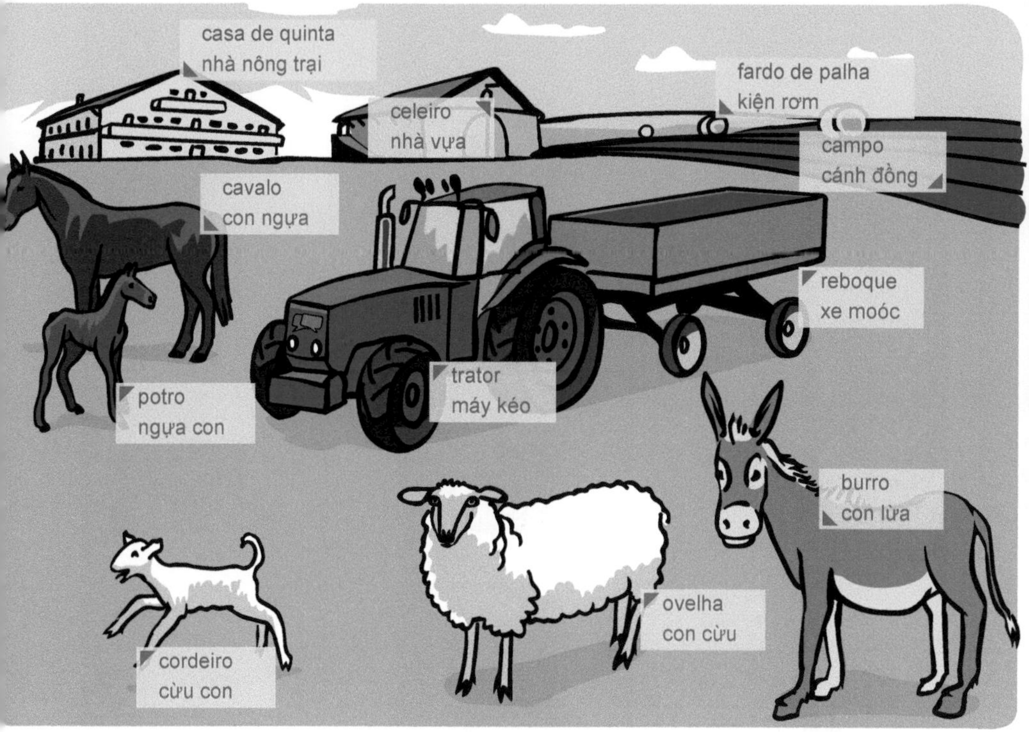
casa de quinta
nhà nông trại
celeiro
nhà vựa
fardo de palha
kiện rơm
campo
cánh đồng
cavalo
con ngựa
reboque
xe moóc
trator
máy kéo
potro
ngựa con
burro
con lừa
ovelha
con cừu
cordeiro
cừu con

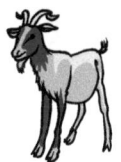

cabra

con dê

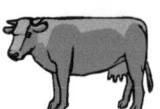

vaca

con bò

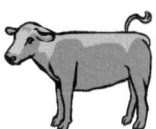

bezerro

con bê

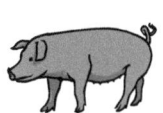

porco

con lợn

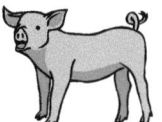

leitão

lợn con

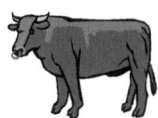

touro

bò đực

ganso

con ngỗng

pato

con vịt

pintaínho

gà con

galinha

gà mái

galo

gà trống

ratazana

con chuột

gato

mèo

rato

chuột nhắt

boi

bò đực

cão

con chó

casota

nhà chuồng chó

mangueira de jardim

ống tưới vườn cây

regador

thùng tưới cây

foice

lưỡi hái

arado

cái cày

foice

cái liềm

enxada

cái cuốc

forquilha

cái chĩa

machado

cái rìu

carrinho de mão

xe cút kít

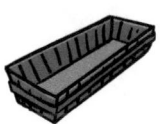

manjedoura

máng ăn

jarro de leite

lọ sữa

saco

bao tải

cerca

hàng rào

estábulo

chuồng

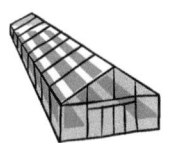

estufa

nhà kính trồng cây

solo

đất trồng

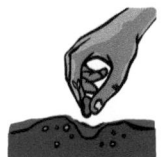

semente

hạt giống

fertilizante

phân bón

ceifeira-debulhadora

máy gặt đập liên hợp

colher

thu hoạch

colheita

mùa thu hoạch

inhame

khoai lang

trigo

lúa mì

soja

đậu nành

batata

khoai tây

milho

ngô

colza

hạt cải dầu

árvore de fruto

cây ăn trái

mandioca

sắn

cereais

ngũ cốc

casa
nhà

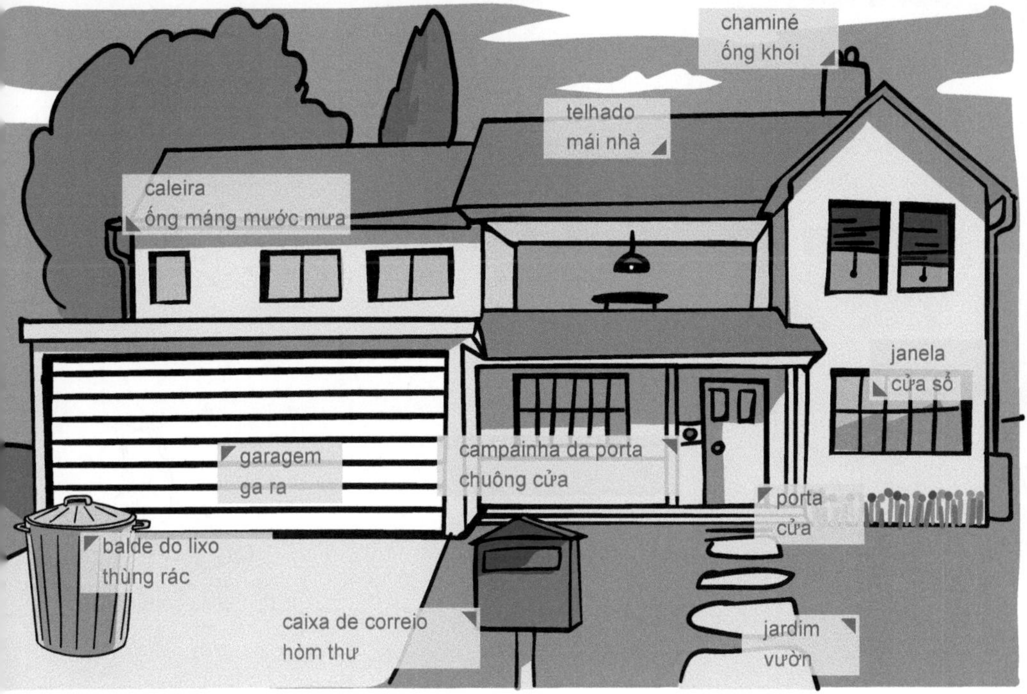
chaminé
ống khói
telhado
mái nhà
caleira
ống máng mước mưa
janela
cửa sổ
garagem
ga ra
campainha da porta
chuông cửa
porta
cửa
balde do lixo
thùng rác
caixa de correio
hòm thư
jardim
vườn

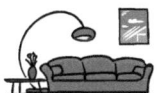

sala de estar

phòng khách

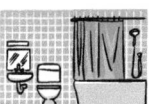

casa de banho

phòng tắm

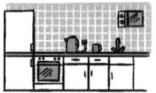

cozinha

bếp

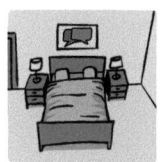

quarto de dormir

phòng ngủ

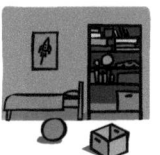

quarto de criança

phòng trẻ em

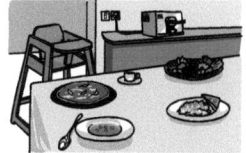

sala de jantar

phòng ăn

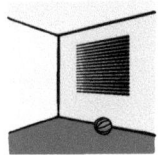

chão
nền nhà

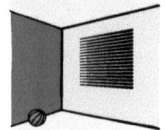

parede
tường

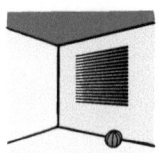

teto
trần nhà

cave
tầng hầm

sauna
tắm hơi

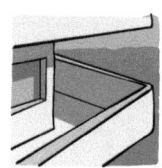

varanda
ban công

terraço
sân hiên

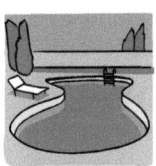

piscina
bể bơi

máquina de cortar relvado
máy cắt cỏ

lençol
khăn trải giường

cobertor
khăn trải giường

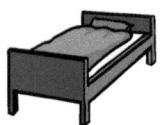

cama
giường

vassoura
chổi

balde
cái xô

interruptor
công tắc điện

sala de estar
phòng khách

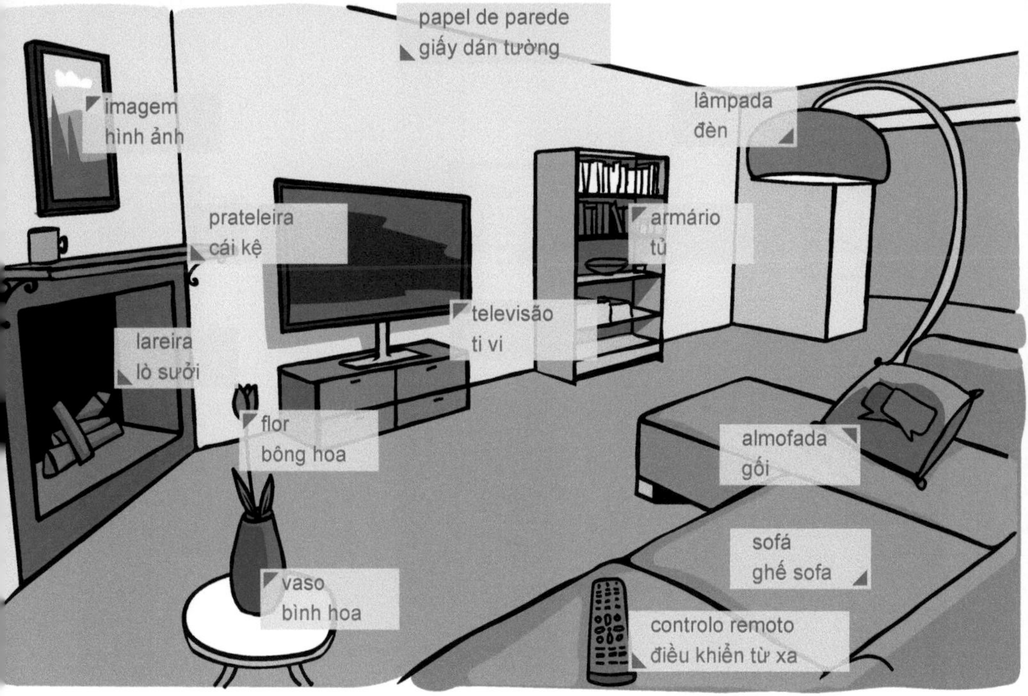

papel de parede
giấy dán tường
imagem
hình ảnh
lâmpada
đèn
prateleira
cái kệ
armário
tủ
televisão
ti vi
lareira
lò sưởi
flor
bông hoa
almofada
gối
sofá
ghế sofa
vaso
bình hoa
controlo remoto
điều khiển từ xa

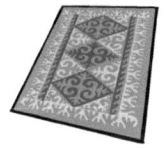

tapete
thảm

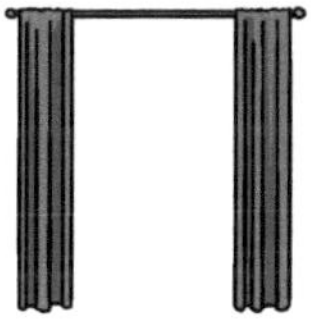

cortina
rèm

mesa
cái bàn

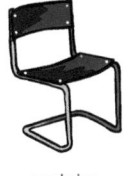

cadeira
ghế

cadeira de baloiço
ghế bập bênh

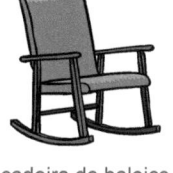

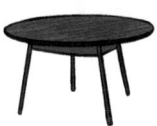

poltrona
ghế bành

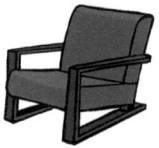

livro

sách

cobertor

cái chăn

decoração

đồ trang trí

lenha

củi

filme

phim

sistema estéreo

máy hi-fi

chave

chìa khóa

jornal

báo

pintura

bức tranh

póster

áp phích

rádio

radio

bloco de notas

sổ ghi chép

aspirador

máy hút bụi

cato

cây xương rồng

vela

cây nến

cozinha
bếp

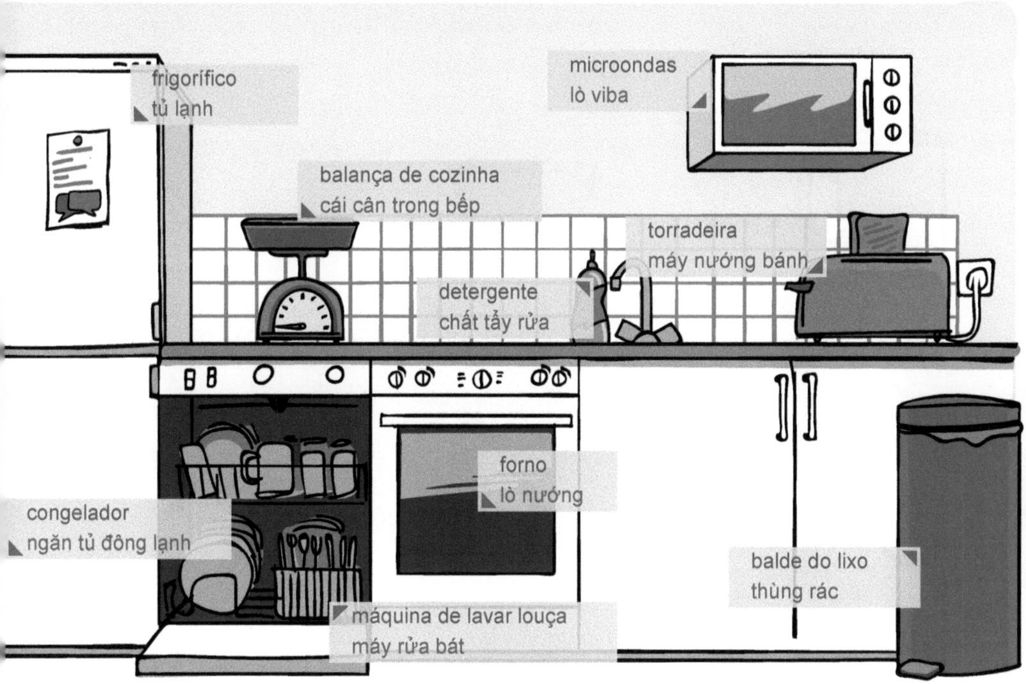

frigorífico
tủ lạnh
microondas
lò viba
balança de cozinha
cái cân trong bếp
torradeira
máy nướng bánh
detergente
chất tẩy rửa
forno
lò nướng
congelador
ngăn tủ đông lạnh
balde do lixo
thùng rác
máquina de lavar louça
máy rửa bát

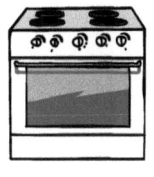

fogão
lò nấu

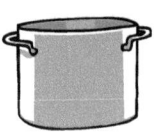

panela
nồi

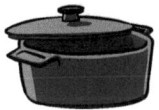

panela de ferro
nồi sắt

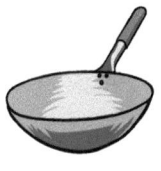

wok / kadai
chảo

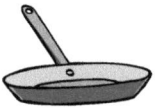

frigideira
chảo

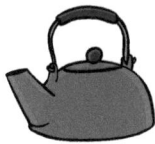

chaleira
ấm đun nước

panela a vapor

nồi đun hơi

tabuleiro de forno

khay lò nướng

louça

bát đĩa

caneca

cốc

tigela

cái bát

pauzinhos

đũa

concha de sopa

cái vá

espátula

bàn xẻng

batedor de claras

que đánh kem

escorredor

rây dùng trong bếp

peneira

cái rây lọc

ralador

cái nạo

almofariz

vữa

churrasqueira

vỉ nướng

lareira

ngọn lửa trần

tábua de cortar

cái thớt

rolo da massa

trục cán bột

saca-rolhas

cái mở nút chai

lata

vỏ đồ hộp

abridor de latas

cái mở vỏ đồ hộp

luvas de forno

miếng nhấc nồi

lava-loiça

bồn rửa bát

escova

bàn chải

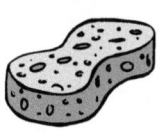

esponja

miếng xốp

liquidificador

máy xay

arca frigorífica

tủ đông lạnh

biberão

bình sữa cho trẻ sơ sinh

torneira

vòi nước

casa de banho

phòng tắm

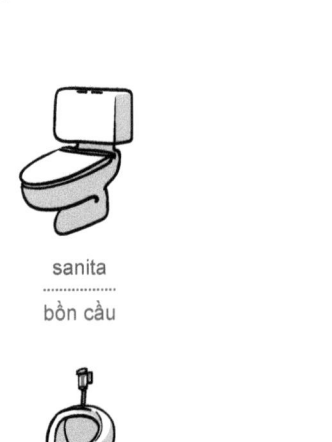

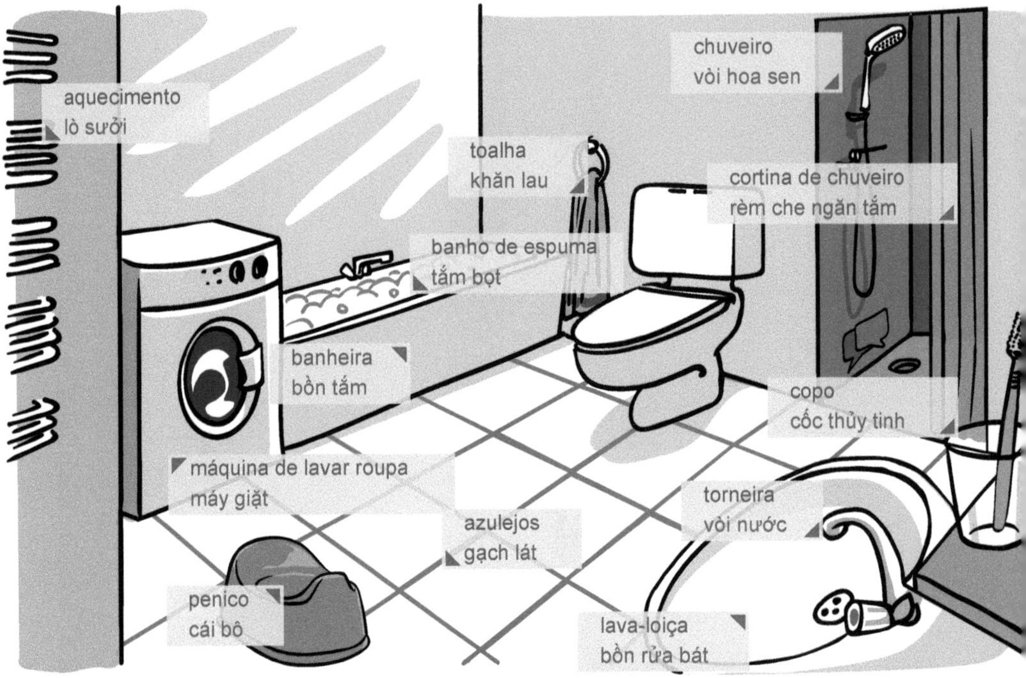

aquecimento
lò sưởi
chuveiro
vòi hoa sen
toalha
khăn lau
cortina de chuveiro
rèm che ngăn tắm
banho de espuma
tắm bọt
banheira
bồn tắm
copo
cốc thủy tinh
máquina de lavar roupa
máy giặt
torneira
vòi nước
azulejos
gạch lát
penico
cái bô
lava-loiça
bồn rửa bát

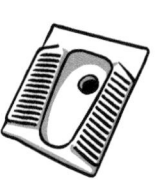

sanita

bồn cầu

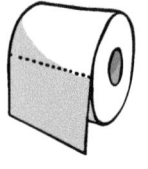

retrete turca

bồn cầu ngồi xổm

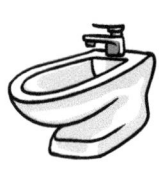

bidé

bồn rửa hậu môn

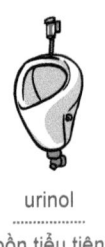

urinol

bồn tiểu tiện

papel higiénico

giấy vệ sinh

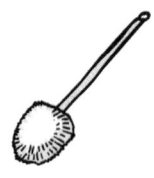

piaçaba

bàn chải cọ bồn cầu

escova de dentes

bàn chải đánh răng

pasta de dentes

kem đánh răng

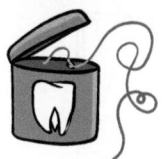

fio dentário

chỉ nha khoa

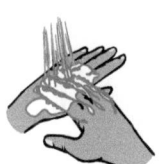

lavar

rửa

chuveiro de mão

vòi sen cầm tay

duche íntimo

vòi rửa hậu môn

bacia

bồn rửa

escova para as costas

bàn chải cọ lưng

sabonete

xà phòng

gel de banho

sữa tắm

champô

dầu gội

toalha de rosto

khăn cọ để tắm

escoamento

lỗ thoát nước

creme

kem

desodorizante

chất khử mùi

espelho

gương

espelho de mão

gương tay

máquina de barbear

dao cạo râu

creme de barbear

kem cạo râu

loção pós-barba

nước thơm dùng sau khi
cạo râu

pente

cái lược

escova

bàn chải

secador de cabelo

máy xấy tóc

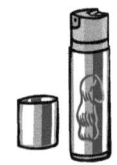

spray de cabelo

keo xịt tóc

maquilhagem

đồ trang điểm

batom

thỏi son môi

verniz de unhas

sơn bôi móng

algodão

bông

tesoura para unhas

kéo cắt móng

perfume

nước hoa

nécessaire

túi đựng đồ tắm

tamborete

ghế đầu

balança

cái cân

roupão de banho

áo choàng tắm

luvas de borracha

găng tay làm vệ sinh

tampão

nút gạc

penso higiénico

băng vệ sinh

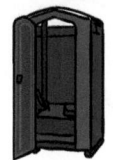

WC químico

nhà vệ sinh hóa chất

quarto de criança
phòng trẻ em

despertador
đồng hồ báo thức
peluche
thú bông
carro de brincar
xe đồ chơi
chocalho
cái lúc lắc
casa de bonecas
nhà búp bê
presente
món quà

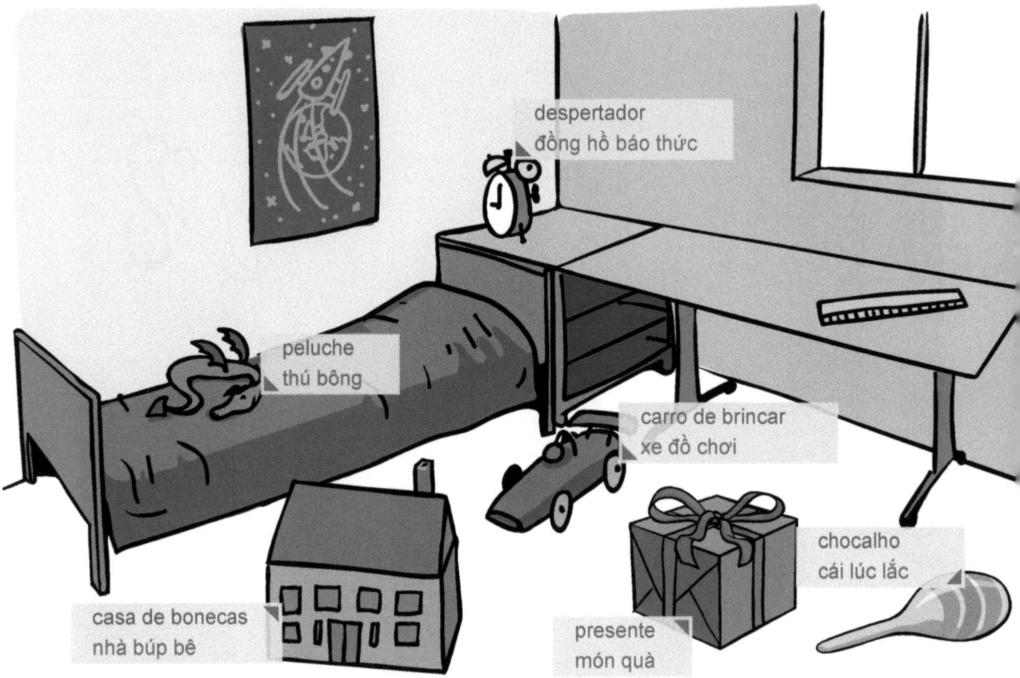

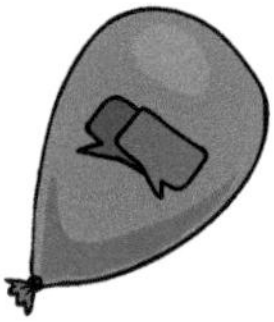

balão
bong bóng

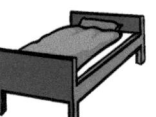

cama
giường

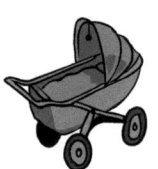

carrinho de bebé
xe nôi

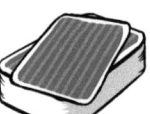

jogo de cartas
trò chơi bài

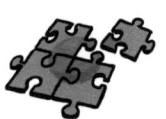

quebra-cabeças
trò chơi ghép hình

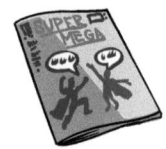

banda desenhada
truyện tranh

peças de Lego

gạch Lego

blocos de construção

khối xếp hình

figura de ação

nhân vật hành động

fato de bebé

o liền quần cho trẻ sơ sinh

Frisbee

đĩa nhựa để ném

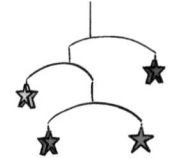

móbile para bebé

đồ chơi treo trên giường

jogo de tabuleiro

trò chơi cờ bàn

dados

xúc xắc

pista de comboio elétrico

đồ chơi xe lửa mô hình

chupeta

ti giả

festa

buổi tiệc

livro ilustrado

sách tranh

bola

quả bóng

boneca

búp bê

jogar

chơi

caixa de areia

hố cát

baloiço

cái đu

brinquedos

đồ chơi

consola de jogos

máy chơi game cầm tay

triciclo

xe ba bánh

ursinho de peluche

gấu bông

guarda-roupa

tủ quần áo

vestuário

y phục

meias

bít tất

meias pelo joelho

bít tất dài

meias-calças

quần tất

cachecol
khăn choàng cổ

guarda-chuva
ô che mưa

t-shirt
áp phông

cinto
dây thắt lưng

botas
ủng

chinelos
dép đi trong nhà

sapatilhas
giày sneaker

sandálias
dép xăng đan

sapatos
giày

botas de borracha
ủng cao su

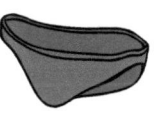

cuecas
quần lót

sutiã
áo ngực

camisola interior
áo vest

body
áo ôm sát cơ thể

calças
quần dài

calças de ganga
quần bò

saia
váy

blusa
áo cánh

camisa
áo sơ mi

pulôver
áo len chui đầu

camisola com capuz
áo len

blazer
áo blazer

casaco
áo jacket

manto
áo khoác

gabardina
áo mưa

traje
trang phục

vestido
áo váy

vestido de casamento
áo cưới

fato
bộ com lê

camisa de dormir
áo ngủ

pijama
pijama

sari
trang phục sari

lenço de cabeça
khăn trùm đầu

turbante
khăn đội đầu

burca
áo burka

cafetã
áo captan

abaya
áo aba

fato de banho
quần áo bơi

calções de banho
quần bơi

calções
quần đùi

fato de treino
quần áo tracksuit

avental
tạp dề

luvas
găng tay

botão

cái cúc

óculos

kính mắt

pulseira

vòng đeo tay

colar

vòng cổ

anel

nhẫn

brinco

hoa tai

boné

mũ lưỡi trai

cabide

cái mắc treo áo quần

chapéu

mũ

gravata

cà vạt

fecho de correr

dây kéo phéc mơ tuya

capacete

mũ bảo hiểm

suspensórios

dây đeo quần

uniforme escolar

đồng phục học sinh

uniforme

đồng phục

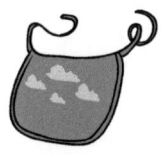

babete

yếm trẻ em

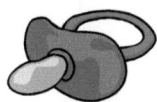

chupeta

ti giả

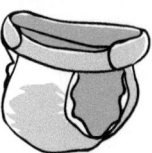

fralda

tã lót

escritório
văn phòng

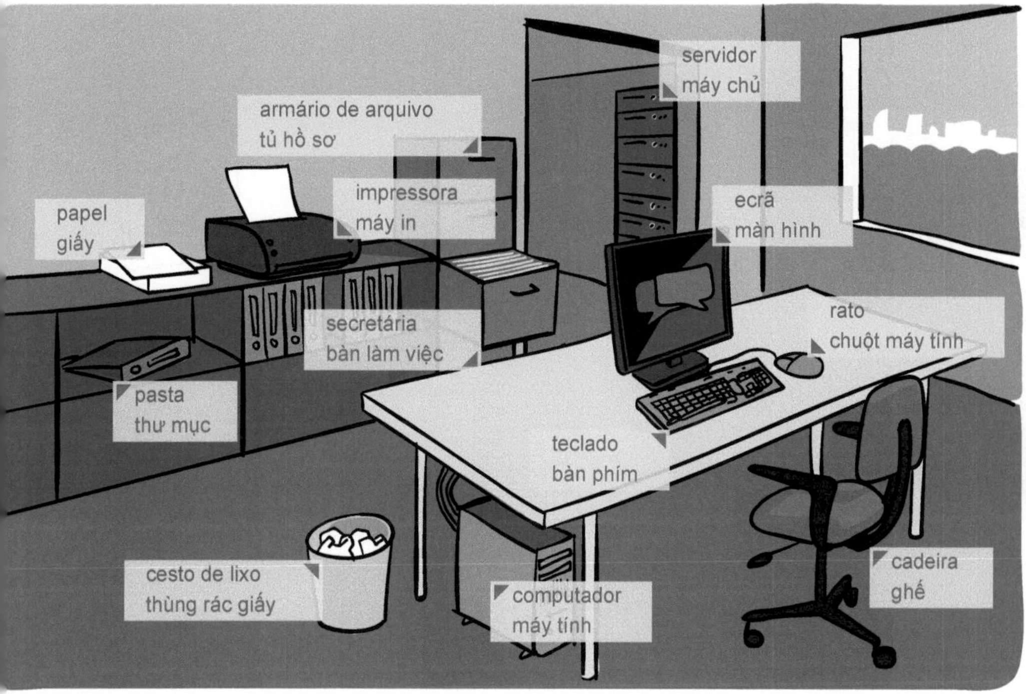

servidor
máy chủ
armário de arquivo
tủ hồ sơ
impressora
máy in
papel
giấy
ecrã
màn hình
rato
chuột máy tính
secretária
bàn làm việc
pasta
thư mục
teclado
bàn phím
cesto de lixo
thùng rác giấy
computador
máy tính
cadeira
ghế

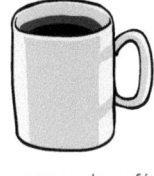

caneca de café

cốc cà phê

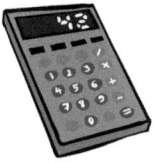

calculadora

máy tính bỏ túi

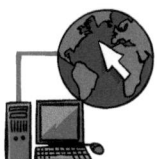

internet

internet

computador portátil

laptop

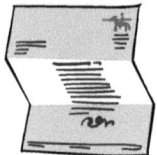

carta

thư

mensagem

tin nhắn

telemóvel

điện thoại di động

rede

mạng

fotocopiadora

máy photocopy

software

phần mềm

telefone

điện thoại

tomada elétrica

ổ cắm điện

fax

máy fax

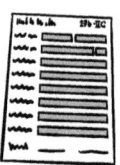

formulário

mẫu đơn

documento

chứng từ

comprar

mua

pagar

trả tiền

negociar

buôn bán

dinheiro

tiền

 **USD**

dólar

đô la

 **EUR**

euro

Euro

 **JPY**

yen

yên

 **RUB**

rublo

rúp

 **CHF**

franco suíço

franc Thụy Sĩ

 **CNY**

renminbi yuan

nhân dân tệ

 **INR**

rupia

rupi

caixa de multibanco

máy rút tiền tự động

casa de câmbio

quầy đổi tiền

ouro

vàng

prata

bạc

petróleo

dầu

energia

năng lượng

preço

giá tiền

contrato

hợp đồng

imposto

thuế

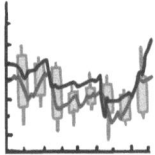

ação

cổ phiếu

trabalhar

làm việc

empregado

nhân viên

entidade patronal

chủ lao động

fábrica

nhà máy

loja

cửa hiệu

profissões
nghề nghiệp

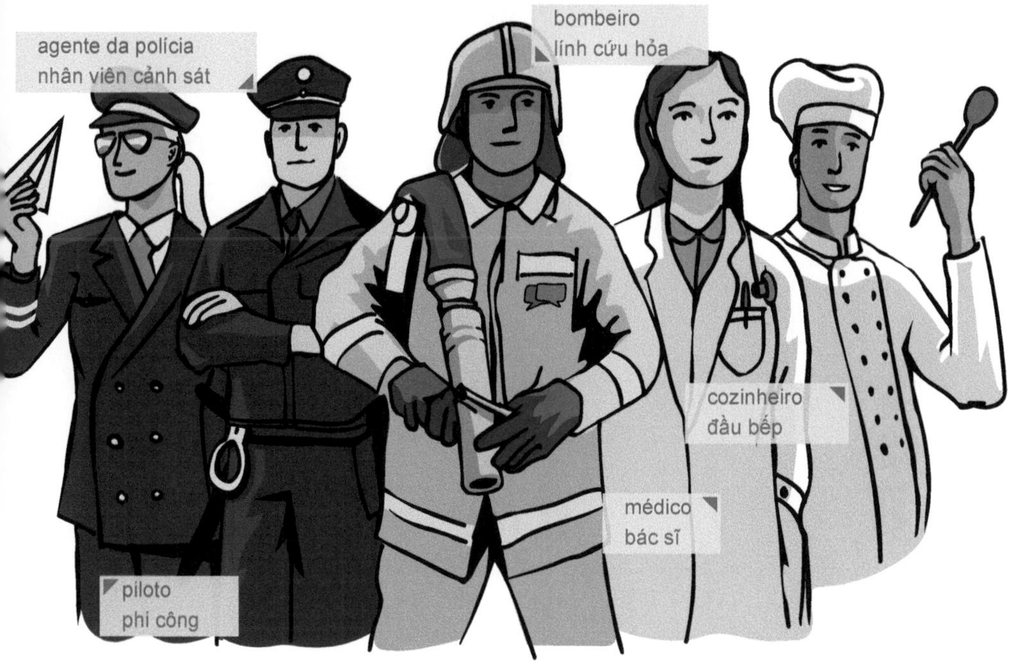
agente da polícia
nhân viên cảnh sát
bombeiro
lính cứu hỏa
cozinheiro
đầu bếp
médico
bác sĩ
piloto
phi công

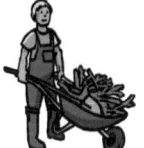

jardineiro

người làm vườn

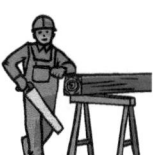

carpinteiro

thợ mộc

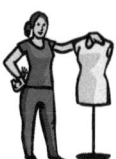

costureira

thợ may

juiz

chánh án

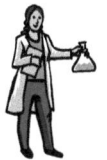

químico

nhà hóa học

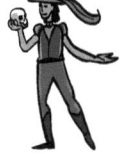

ator

diễn viên

motorista de autocarro

tài xế xe buýt

motorista de táxi

người lái taxi

pescador

ngư dân

empregada de limpeza

người lau dọn vệ sinh

telhador

thợ lợp mái nhà

empregado de mesa

bồi bàn

caçador

thợ săn

pintor

họa sĩ

padeiro

thợ làm bánh

eletricista

thợ điện

construtor

thợ xây dựng

engenheiro

kỹ sư

talhante

người hàng thịt

canalizador

thợ sửa ống nước

carteiro

người đưa thư

soldado

người lính

arquiteto

kiến trúc sư

caixa

nhân viên thu ngân

florista

người bán hoa

cabeleireiro

thợ cắt tóc

controlador de bilhetes

nhân viên soát vé

mecânico

thợ cơ khí

capitão

thuyền trưởng

dentista

nha sĩ

cientista

nhà khoa học

rabino

giáo sĩ Do thái

imã

lãnh tụ Hồi giáo

monge

nhà sư

pastor

mục sư

ferramentas
dụng cụ

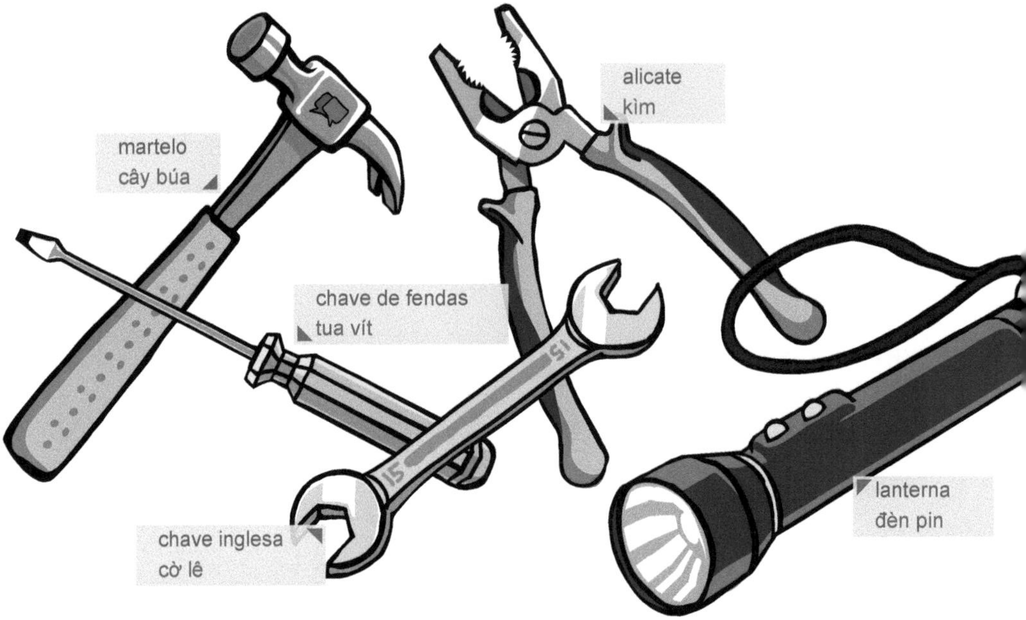

martelo
cây búa
alicate
kìm
chave de fendas
tua vít
chave inglesa
cờ lê
lanterna
đèn pin

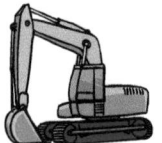

escavadora

máy xúc đất

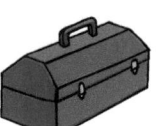

caixa de ferramentas

hộp dụng cụ

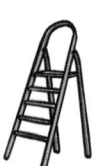

escadote

cái thang

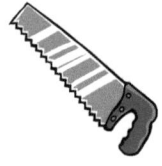

serra

cưa

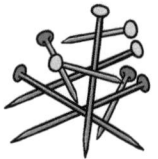

pregos

đinh

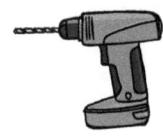

broca

máy khoan

reparar
sửa chữa

pá
cái xẻng

porcaria!
khốn nạn!

pá de lixo
cái hót rác

pote de tinta
thùng sơn

parafusos
vít

instrumentos musicais
nhạc cụ

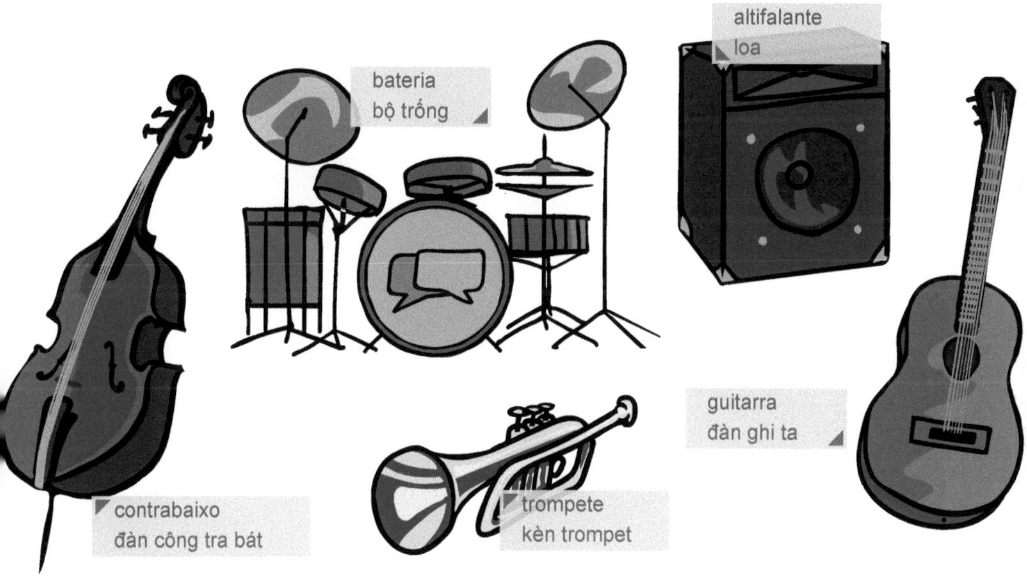

bateria
bộ trống

altifalante
loa

guitarra
đàn ghi ta

contrabaixo
đàn công tra bát

trompete
kèn trompet

piano

đàn piano

violino

đàn vĩ cầm

baixo

ghi ta bass

timbales

trống định âm

tambor

trống

teclado

đàn organ

saxofone

kèn Saxophone

flauta

sáo

microfone

micro

jardim zoológico
vườn bách thú

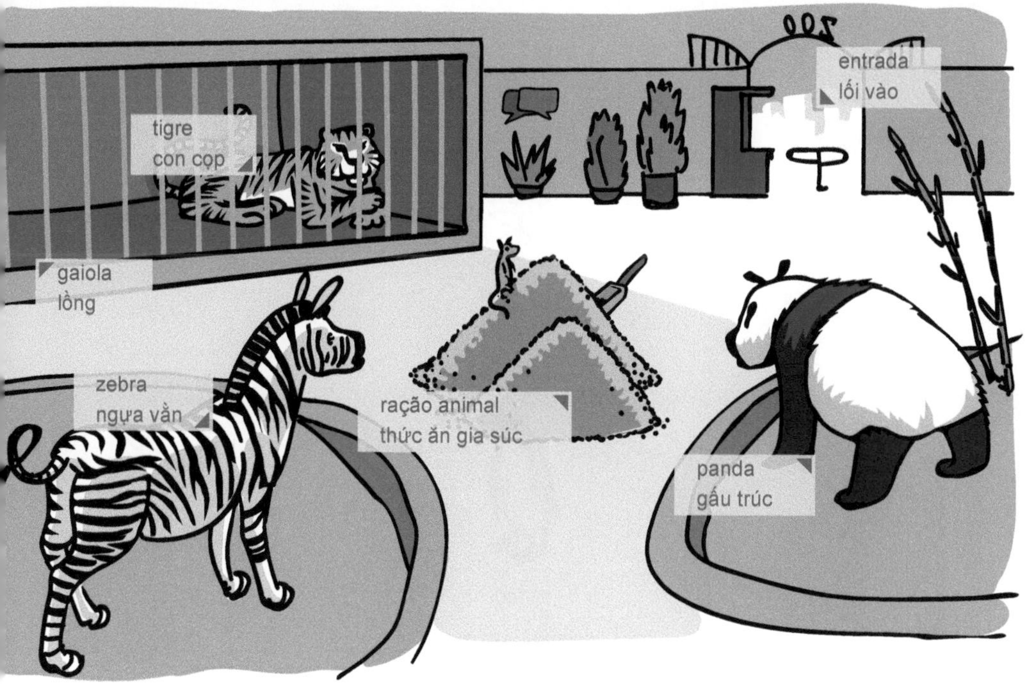
entrada
lối vào
tigre
con cọp
gaiola
lồng
zebra
ngựa vằn
ração animal
thức ăn gia súc
panda
gấu trúc

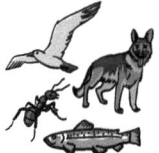

animais

động vật

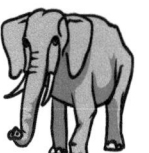

elefante

con voi

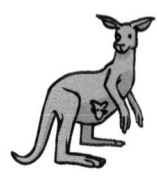

canguru

chuột túi

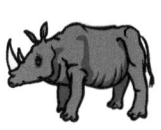

rinoceronte

tê giác

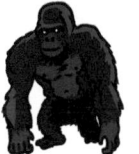

gorila

khỉ đột

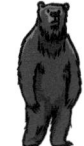

urso

con gấu

camelo

lạc đà

avestruz

đà điểu

leão

sư tử

macaco

con khỉ

flamingo

hồng hạc

papagaio

con vẹt

urso polar

gấu bắc cực

pinguim

chim cánh cụt

tubarão

cá mập

pavão

con công

cobra

con rắn

crocodilo

cá sấu

guarda do jardim zoológico

người trông giữ vườn bách
thú

foca

hải cẩu

jaguar

báo đốm

jardim zoológico - vườn bách thú

pónei

ngựa lùn

leopardo

con báo

hipopótamo

hà mã

girafa

hươu cao cổ

águia

đại bàng

javali

heo rừng

peixe

cá

tartaruga

con rùa

morsa

hải mã

raposa

con cáo

gazela

linh dương

futebol americano
bóng bầu dục Mỹ

ciclismo
đua xe đạp

ténis
quần vợt

basquetebol
bóng rổ

natação
bơi

hóquei no gelo
khúc côn cầu trên băng

boxe
đấm bốc

futebol
bóng đá

badminton
cầu lông

atletismo
điền kinh

andebol
bóng ném

esqui
trượt tuyết

polo
polo

atividades
các hoạt động

rir
cười
saltar
nhảy
abraçar
ôm
andar
đi bộ
cantar
ca hát
sonhar
mơ
rezar
cầu nguyện
beijar
hôn

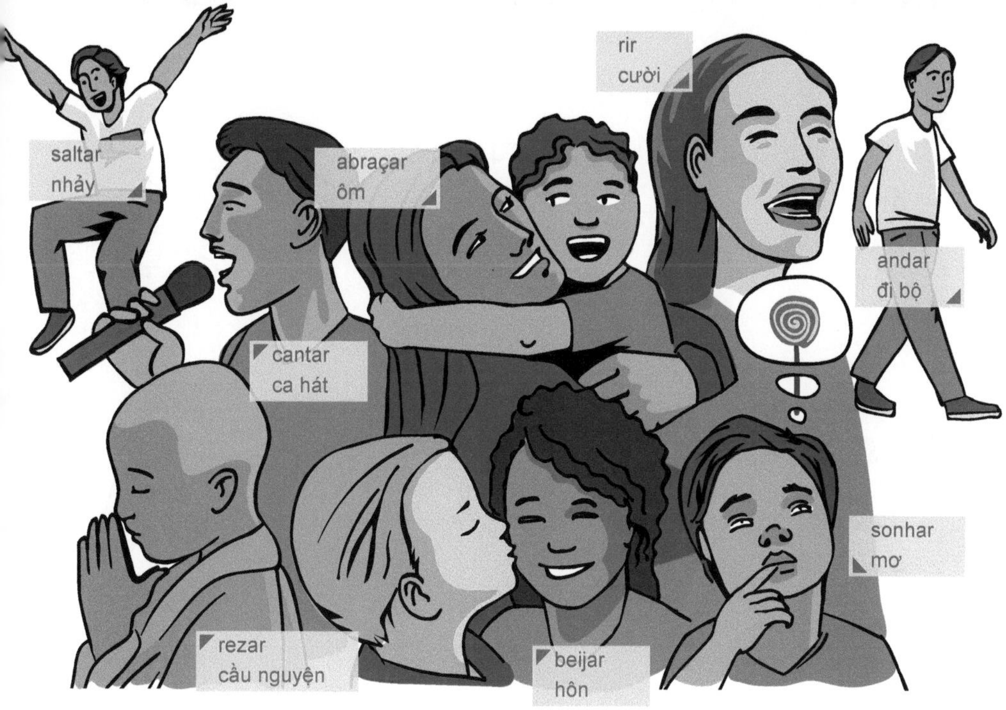

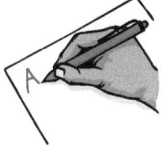

escrever

viết

desenhar

vẽ

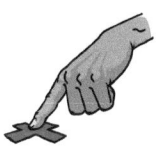

mostrar

chỉ trỏ

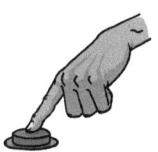

empurrar

đẩy

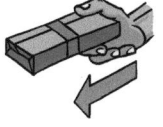

dar

cho

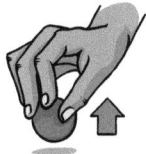

tomar

lấy đi

ter

....

có

fazer

....

làm

ser

....

thì / là

ficar de pé

....

đứng

correr

....

chạy

puxar

....

kéo

remessar

....

ném

cair

....

rơi

deitar

....

nằm

esperar

....

chờ đợi

carregar

....

mang vác

sentar

....

ngồi

vestir

....

mặc quần áo

dormir

....

ngủ

acordar

....

thức dậy

olhar para

xem

chorar

khóc

acariciar

vuốt ve

pentear

chải

falar

nói chuyện

compreender

hiểu

perguntar

câu hỏi

ouvir

nghe

beber

uống

comer

ăn

arrumar

dọn dẹp

amar

yêu

cozinhar

nấu nướng

conduzir

lái xe

voar

bay

velejar

đi thuyền buồm

calcular

tính toán

ler

đọc

aprender

học

trabalhar

làm việc

casar

cưới

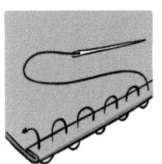

costurar

khâu vá

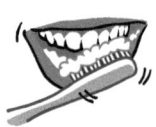

escovar os dentes

đánh răng

matar

giết

fumar

hút thuốc

enviar

gửi đi

vó
a nội (ngoại)

avô
ông nội (ngoại)

pai
cha

mãe
mẹ

bebé
trẻ con

filha
con gái

filho
con trai

convidado
....
khách

tia
....
cô (dì)

tio
....
chú, bác (cậu)

irmão
....
anh (em) trai

irmã
....
chị (em) gái

corpo
cơ thể

testa
trán
olho
mắt
ombro
vai
dedo
ngón tay
cara
mặt
queixo
cằm
mão
bàn tay
perna
chân
peito
ngực
braço
cánh tay

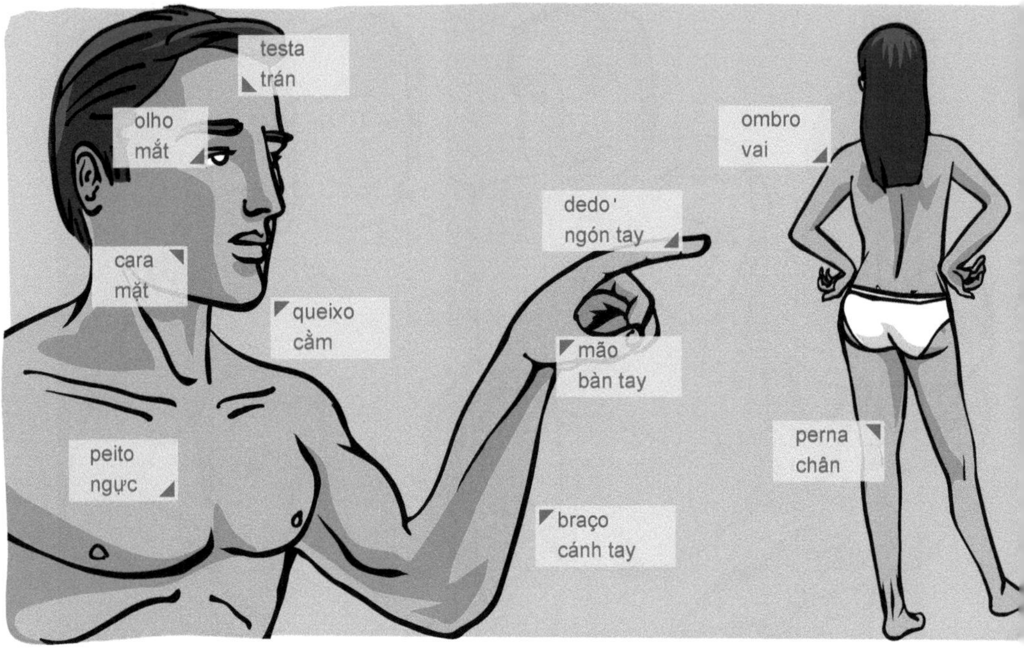

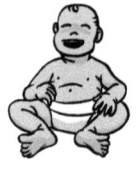

bebé
trẻ con

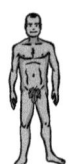

homem
đàn ông

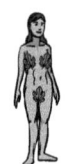

mulher
phụ nữ

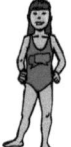

menina
bé gái

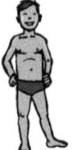

menino
bé trai

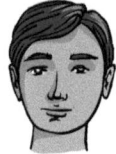

cabeça
đầu

costas

lưng

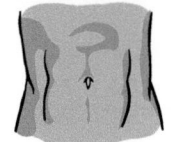

barriga

bụng

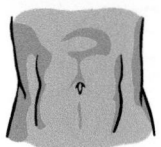

umbigo

rốn

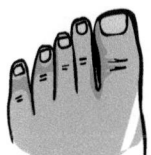

dedo do pé

ngón chân

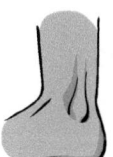

calcanhar

gót chân

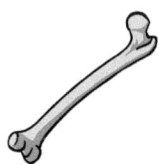

osso

xương

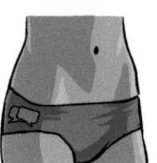

anca

hông

joelho

đầu gối

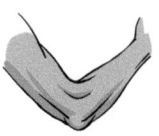

cotovelo

khuỷu tay

nariz

mũi

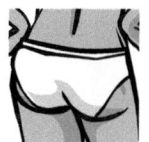

nádegas

mông

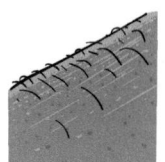

pele

da

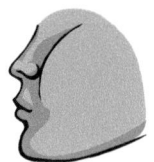

bochecha

má

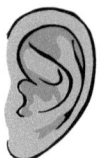

orelha

tai

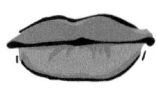

lábio

môi

corpo - cơ thể

69

boca

miệng

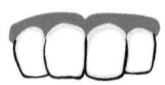

dente

răng

língua

lưỡi

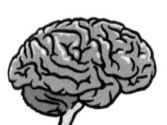

cérebro

não

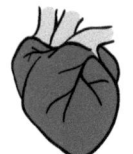

coração

tim

músculo

cơ bắp

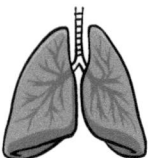

pulmão

phổi

fígado

gan

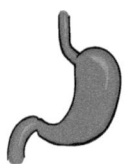

estômago

dạ dày

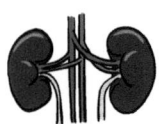

rins

thận

relações sexuais

giao hợp

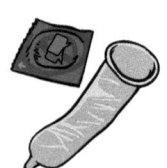

preservativo

bao cao su

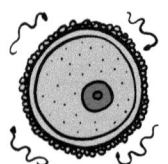

óvulo

noãn

esperma

tinh dịch

gravidez

mang thai

corpo - cơ thể

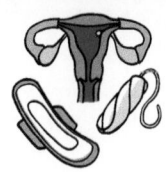

menstruação

kinh nguyệt

vagina

âm vật

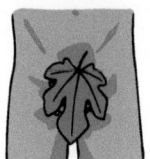

pénis

dương vật

sobrancelha

lông mày

cabelo

tóc

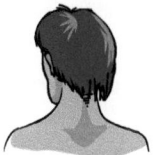

pescoço

cổ

hospital
bệnh viện

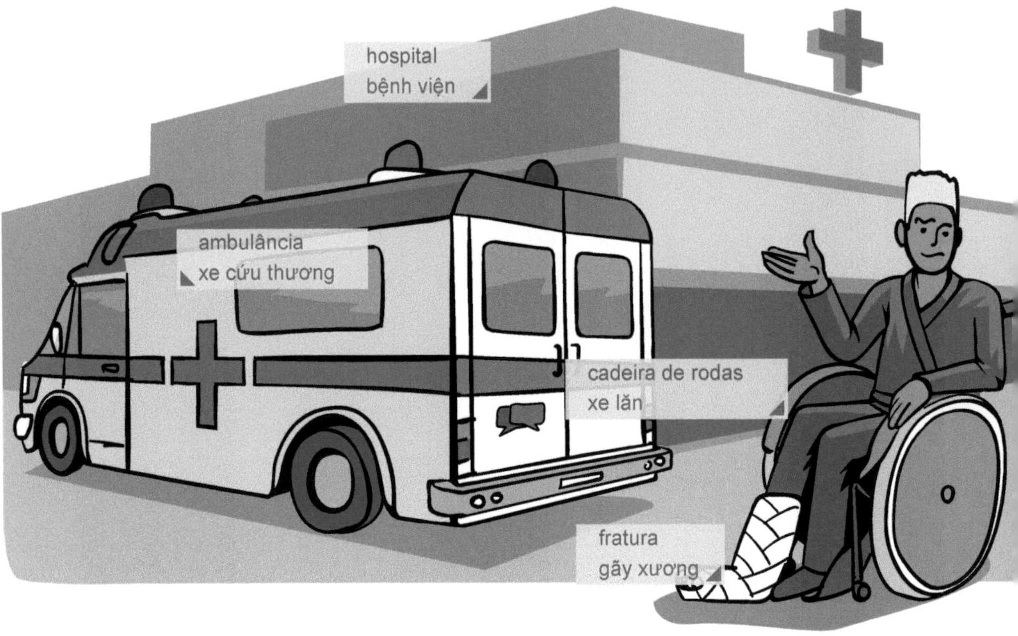

hospital
bệnh viện
ambulância
xe cứu thương
cadeira de rodas
xe lăn
fratura
gãy xương

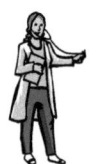

médico

bác sĩ

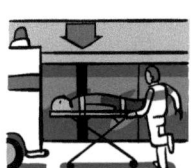

serviço de urgências

phòng cấp cứu

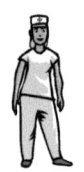

enfermeira

y tá

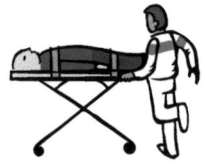

emergência

cấp cứu

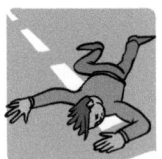

inconsciente

bất tỉnh

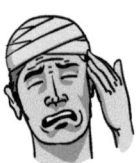

dor

cơn đau

ferimento

bị thương

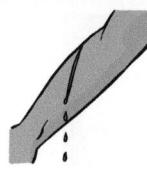

hemorragia

chảy máu

ataque cardíaco

nhồi máu cơ tim

acidente vascular cerebral

đột quỵ

alergia

dị ứng

tosse

ho

febre

sốt

gripe

cúm

diarreia

tiêu chảy

dor de cabeça

đau đầu

cancro

ung thư

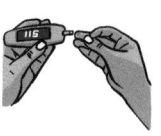

diabetes

bệnh tiểu đường

cirurgião

bác sĩ phẫu thuật

bisturi

dao mổ

operação

giải phẫu

CT

chụp cắt lớp

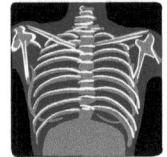

raio x

chụp x-quang

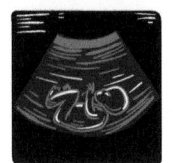

ultrassom

siêu âm

máscara

mặt nạ

doença

bệnh

sala de espera

phòng đợi

muleta

cái nạng

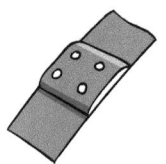

penso rápido

băng dán vết thương

ligadura

băng bó

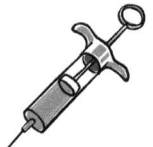

injeção

tiêm thuốc

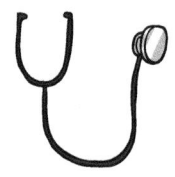

estetoscópio

ống nghe khám bệnh

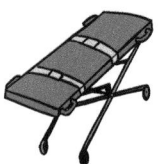

maca

băng ca

termómetro

nhiệt kế

nascimento

sinh đẻ

excesso de peso

thừa cân

aparelho auditivo

máy trợ thính

desinfetante

chất khử trùng

infeção

nhiễm trùng

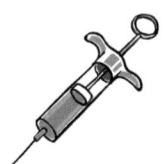

vírus

vi rút

HIV / SIDA

HIV / AIDS

medicamento

thuốc

vacinação

tiêm chủng

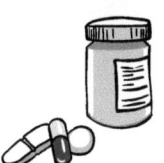

comprimidos

thuốc viên

pílula

viên thuốc

chamada de emergência

gọi cấp cứu

dispositivo de medição de
pressão arterial

máy đo huyết áp

doente / saudável

bệnh / khỏe mạnh

Socorro!

cứu!

alarme

báo động

assalto

cuộc đột kích

ataque

sự tấn công

perigo

mối nguy hiểm

saída de emergência

lối thoát hiểm

Fogo!

cháy!

extintor de incêndios

bình chữa cháy

acidente

tai nạn

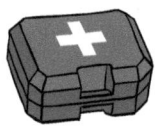

estojo de primeiros socorros

bộ dụng cụ sơ cứu

SOS

SOS

polícia

cảnh sát

Europa

châu Âu

América do Norte

Bắc Mỹ

América do Sul

Nam Mỹ

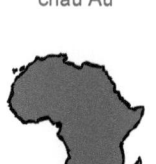

África

châu Phi

Ásia

châu Á

Austrália

châu Úc

Atlântico

Đại Tây Dương

Pacífico

Thái Bình Dương

Oceano Índico

Ấn Độ Dương

Oceano Antártico

Nam Cực Dương

Oceano Ártico

Bắc Băng Dương

Polo Norte

bắc cực

Polo Sul

nam cực

Antártica

nam cực

terra

trái đất

país

đất liền

mar

biển

ilha

đảo

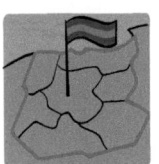

nação

quốc gia

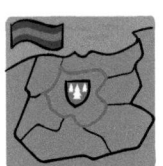

estado

nhà nước

mostrador do relógio

mặt đồng hồ

ponteiro das horas

kim chỉ giờ

ponteiro dos minutos

kim chỉ phút

ponteiro dos segundos

kim chỉ giây

Que horas são?

Bây giờ là mấy giờ?

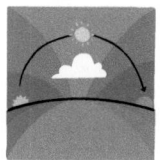

dia

ngày

tempo

thời gian

agora

bây giờ

relógio digital

đồng hồ điện tử

minuto

phút

hora

giờ

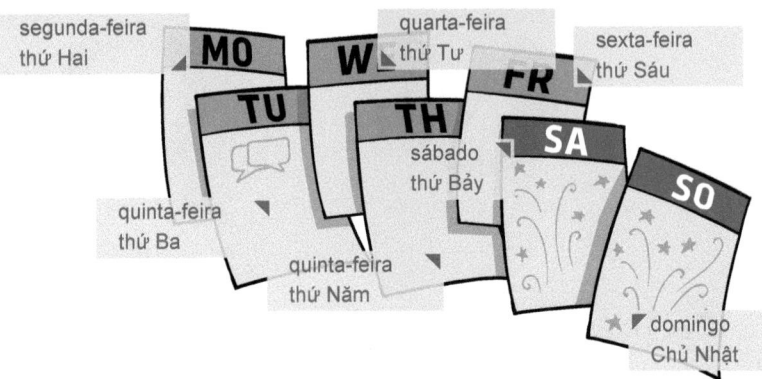

segunda-feira
thứ Hai

quarta-feira
thứ Tư

sexta-feira
thứ Sáu

sábado
thứ Bảy

quinta-feira
thứ Ba

quinta-feira
thứ Năm

domingo
Chủ Nhật

ontem

hôm qua

hoje

hôm nay

amanhã

ngày mai

manhã

buổi sáng

meio-dia

buổi trưa

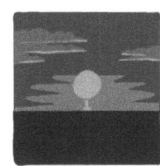

entardecer

buổi tối

dias úteis

ngày làm việc

fim de semana

cuối tuần

ano
năm

chuva
mưa
arco-íris
cầu vồng
vento
gió
neve
tuyết
primavera
mùa xuân
verão
mùa hè
outono
mùa thu
inverno
mùa đông

4.APRIL 11°
5.APRIL 4°
6.APRIL 13°
7.APRIL 8°
8.APRIL 10°

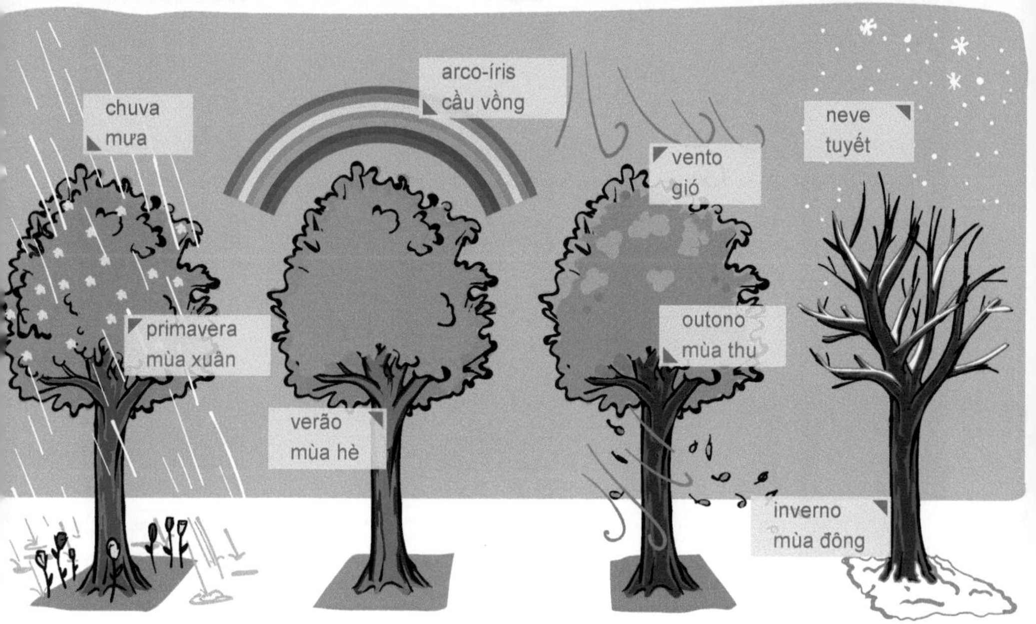

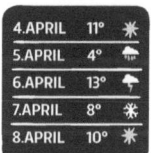

previsão do tempo

dự báo thời tiết

F C
120 40
90 30
60 20
30 10
0 0
-30 -10
-20

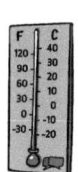

termómetro

nhiệt kế

raios de sol

ánh nắng

nuvem

mây

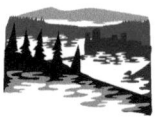

neblina / nevoeiro

sương mù

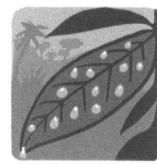

humidade do ar

độ ẩm không khí

relâmpago

tia chớp

trovão

sấm sét

tempestade

cơn bão

granizo

mưa đá

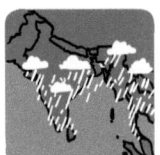

monção

gió mùa

inundação

lũ lụt

gelo

nước đá

janeiro

tháng Một

fevereiro

tháng Hai

março

tháng Ba

abril

tháng Tư

maio

tháng Năm

junho

tháng Sáu

julho

tháng Bảy

agosto

tháng Tám

ano - năm

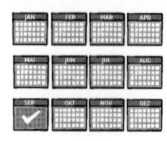

setembro
....
tháng Chín

outubro
....
tháng Mười

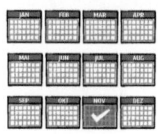

novembro
....
tháng Mười Một

dezembro
....
tháng Mười Hai

formas
hình dạng

círculo
....
hình tròn

quadrado
....
hình vuông

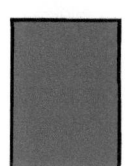

retângulo
....
hình chữ nhật

triângulo
....
hình tam giác

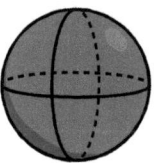

esfera
....
hình cầu

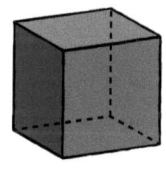

cubo
....
khối vuông

branco
....
màu trắng

amarelo
....
màu vàng

laranja
....
màu cam

rosa
....
màu hồng

vermelho
....
màu đỏ

lilás
....
màu tím

azul
....
màu xanh dương

verde
....
màu xanh lá cây

castanho
....
màu nâu

cinzento
....
màu xám

preto
....
màu đen

muito / pouco

nhiều / ít

furioso / calmo

tức tối / điềm tĩnh

lindo / feio

xinh đẹp / xấu xí

princípio / fim

bắt đầu / kết thúc

grande / pequeno

to / nhỏ

claro / escuro

sáng / tối

irmão / irmã

anh (em) trai / chị (em) gái

limpo / sujo

sạch / bẩn

completo / incompleto

đủ / thiếu

dia / noite

ngày / đêm

morto / vivo

chết / sống

largo / estreito

rộng / chật hẹp

comestível / não comestível

ăn được / không ăn được

mau / gentil

ác / tử tế

entusiasmado / entediado

hào hứng / chán nản

gordo / magro

béo / gầy

primeiro / último

đầu tiên / cuối cùng

amigo / inimigo

bạn / thù

cheio / vazio

đầy / rỗng

duro / macio

cứng / mềm

pesado / leve

nặng / nhẹ

fome / sede

đói / khát

doente / saudável

bệnh / khỏe mạnh

ilegal / legal

bất hợp pháp / hợp pháp

inteligente / burro

thông minh / ngu

esquerda / direita

trái / phải

perto / longe

gần / xa

novo / usado

mới / cũ

nada / algo

không có gì cả / có cái gì đó

velho / jovem

già / trẻ

ligado / desligado

bật / tắc

aberto / fechado

mở / đóng

baixo / alto

im lặng / ồn ào

rico / pobre

giàu / nghèo

certo / errado

đúng / sai

áspero / liso

sần sùi / mịn màng

triste / feliz

buồn / vui

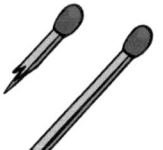

curto / longo

ngắn / dài

lento / rápido

chậm / nhanh

molhado / seco

ẩm ướt / khô ráo

ameno / fresco

ấm áp / mát mẻ

guerra / paz

chiến tranh / hòa bình

0

zero

số không

1

um

một

2

dois

hai

3

três

ba

4

quatro

bốn

5

cinco

năm

6

seis

sáu

7

sete

bảy

8

oito

tám

9

nove

chín

10

dez

mười

11

onze

mười một

12

doze
mười hai

13

treze
mười ba

14

catorze
mười bốn

15

quinze
mười lăm

16

dezasseis
mười sáu

17

dezassete
mười bảy

18

dezoito
mười tám

19

dezanove
mười chín

20

vinte
hai mươi

100

cem
một trăm

1.000

mil
một ngàn

1.000.000

milhão
một triệu

inglês
tiếng Anh

inglês americano
tiếng Anh Mỹ

chinês mandarim
tiếng Quan Thoại

hindi
tiếng Hin-di

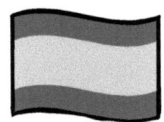

espanhol
tiếng Tây Ban Nha

francês
tiếng Pháp

árabe
tiếng Ả-rập

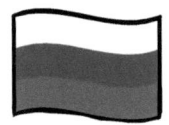

russo
tiếng Nga

português
tiếng Bồ Đào Nha

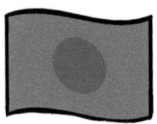

bengalês
tiếng Bengal

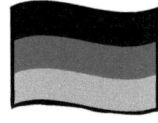

alemão
tiếng Đức

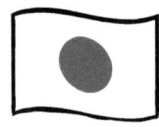

japonês
tiếng Nhật

eu
··············
tôi

tu
··············
bạn

ele / ela
··············
anh ta / cô ta / nó

nós
··············
chúng tôi

vós
··············
các bạn

eles / elas
··············
họ

quem?
··············
ai?

o quê?
··············
cái gì?

como?
··············
như thế nào?

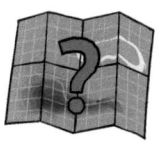

onde?
··············
ở đâu?

quando?
··············
lúc nào?

nome
··············
tên

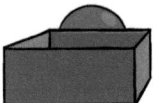

atrás
....
phía sau

em
....
ở trong

à frente de
....
phía trước

sobre
....
phía trên

em cima
....
ở trên

debaixo
....
ở dưới

ao lado
....
bên cạnh

entre
....
ở giữa

lugar
....
chỗ